MESÁNDEL VIRTUSIO ARGUELLES
Translated by: KRISTINE ONG MUSLIM
Illustrations by: ERIKA M. CARREON

Three Books

BROKEN SLEEP BOOKS

Published 2020,
Broken Sleep Books:
Talgarreg, Wales

brokensleepbooks.com

Lay out your unrest.

Publisher/Editor: Aaron Kent

Typeset in UK by Aaron Kent

Broken Sleep Books is committed to
a sustainable future for our planet,
and therefore uses print on
demand publication.

aaron@brokensleepbooks.com

ISBN: 978-1-913642-15-0

Contents

Chi   69

Mal   107

Three Books

Mesándel Virtusio Arguelles

Introduction

Three particulars about *Three Books*: its three sections were previously published as three separate Filipino-language books; all three books are works of erasure; and, all three works of erasure, as in the case with this appropriative method of literary production, grew something else entirely—or provoked what might be slouching in dormancy—in the spaces where they had chosen to take away something.

In their original-language versions, *Antares* was an erasure of Internet Movie Database descriptions of sex scenes in films and then translated into Filipino, while *Chi* was to Chiz Escudero's memoir *Say ni Chiz* (ICatcher Productions, Inc., 2009) as *Mal* was to Rio Alma's poetry collection *Kung Bakit Kailangan ang Himala* (University of the Philippines Press, 2007).

Three Books is a substantial sampling from Mesándel Virtusio Arguelles's extraordinary body of work consisting of 20 books of essays and poetry and spanning at least two decades. Appearing here, at last, in translation and with intricate illustrations, *Three Books* is as layered as it gets down to its instructive moments of shrinkage and slippage, when erasure-generated breaks signal their discomfort, their necessary growth pangs.

Prefacing or concluding notes have been worked into each section. The notes can be taken as attempts to engage with, as well as implicate in the scalability of the creative process and interrogation of the politics of redactions, the reader of this book. All three of us—the author, me as the translator, and the illustrator Erika M. Carreon—participated in the writing of these notes. Erasure poetry, at times, amplifies silences, helping us to listen more effectively to the languages, the realities, the subdued tics and turns that can only exist along the margins. Walk these generative paths with us.

Kristine Ong Muslim
January 2020
Maguindanao, Philippines

Antares

Translator's Note

Antares is a collection of fifty poems whose lines are created via systematic erasure and translation from English of Internet Movie Database (IMDb) descriptions involving sex scenes in films. Mesándel Virtusio Arguelles's *Antares* is found art constructed from what is more or less marketing copy on a website that is part of Amazon, the largest online retailer in the world. More specifically, *Antares* is found poetry in translation. I essentially translated it back to English while rereading it through the onceptual lens afforded by its lyrical form, its ekphrastic-intertextual constitution, its stylized interpretation, its stark minimalist dispensation. The poems are also arranged alphabetically according to title, which I take as a nod to objectivity, an attempt to replicate the organized neutrality of a database. So, how does one set out to translate poetry engendered through all these means?

The book's title poem consists of this single line, "Ang saksi ng katawan ay hindi mata," whose literal equivalent is "The body's witness is not the eye." My translation is "The body's audience is not the gaze"—an inflexible proposition on the nature of the physical body and its manifold stances, as well as its varying levels of estrangement from the eye of the beholder. Here, a speaker establishes the physical body as an entity whose attributes exist independently of an observer's sensibilities, persuasions, and tools for measurement. The speaker does not simply negate the gaze as audience for the body and its stances. By specifying the negation, it underscores the importance of the gaze, because it is telling how 'gaze' has been singled out among all other possible 'audiences' to negate. This exclusion of the gaze as the body's potential addressee sets the tone—and sets it in no uncertain terms—of how the reader is supposed to view the body as depicted and reconfigured in various poses throughout the book.

Antares is forthright with its thesis, narrowing the prescribed path for reading the book. To do away with the gaze as audience would mean deviating from other likely ways of reading. After all, it is this same inherently gendered gaze, that lends sensory dimension to an otherwise mundane biological construct that is the body. It is also this same gaze that fetishizes. It can be weaponized, dispensed as social critique, and made to color perception with its nature-nurture underpinnings. The liberties taken and the compromises made in my translation draw loosely from my interrogation of this seemingly disparate body estranged from the gaze, the subjective eye of the beholder, as is the case in "Ai no korīda," the second poem in *Antares*, which details the manifestations of an alienated body.

Ang katawan ay isang pulo.
Batas.
Bagay.
Ang dagling naghahanap sa iba ng isang bati.
Ang isang instrumento ng pasakit.
Ang isang sulat.

[The body is an island.
Decree.
Device.
A vignette seeking solace.
An instrument of pain.
A dispatch.]

These are potent metaphors, attesting to *Antares*'s boldness and remarkable lack of willingness to compromise. Many other poems in the book are structured this way—the actual paired with the figurative in a terse, unflinching, and commanding way. The connection behind the pairing is not immediately clear, but once examined, such connection proves to be organic. But there's no calling to attention of how organic this connection might be between the two concepts. *Antares* does not see the point of doing so. Therefore, one reads and translates *Antares* with the tacit understanding that its artistic truths are designed to be authoritative and timeless. *Antares* basically writes itself to literary immortality. It does not, will not, and cannot be made to apologize for its artistic truths. It is what it is because it *is* so. Surely, a reader engages with the work by building context around it at a unique pace. The reader calibrates and recalibrates his engagement with the text based on the level of intimacy and lack thereof with the suppositions and complexes of *Antares*.

According to "Caligula," estrangement occurs uniformly throughout all bodies.

Ang katawan ng isa ay katawan pa ng isa

[One's body is also another's]

The homogeneity may enable anonymity and contribute to the body, which is ultimately reconstituted into a person in some of the poems, being objectified. It is through this gaze that objectification begins.

Meanwhile, the body, when clothed, is distinct from when it is stripped bare, as in this elegant couplet "Daisy Diamond."

Ang laman, ganap na
hubad, isang estranghero.

[Flesh, once fully laid
bare, a stranger.]

The speakers of the poems in *Antares* do not feel the need to conform to societal conventions on privacy and censorship. They also do not cast judgment and are able to freely articulate their explorations of the body at rest, doing foreplay, and engaged in "unsimulated sex." Speakers tell of how lighting influences the reception to a naked body. They also tell of the scintillating folds and revelatory brokenness of the naked body, of the "disclosed exploits of flesh/ and reason," of how "All flesh is bared," and that "All flesh—/ desires/ all flesh." Additionally, the one-liner "Much Loved" tells us that flesh—or what gives the estranged body its heft, familiarity, and pleasure—is said to be a "performance of self."

laman ang gumaganap sa isang tao

[flesh is performance of self]

"Gumaganap" also translates to "consummating" or "consummation," a version that I believe is inconsistent with the etiology of *Antares*, which repetitively describes a disparate alienated body. And, once this body is endowed with flesh, a physicality, that's when it is recognized as a person. "Consummation" suggests the existence of a prior state where flesh has not yet reached its supposed point of consummation. To differentiate between these two states entails the involvement of an observer whose gaze is grounded on a set of social, cultural, and biological circumstances. But then, *Antares* already says that seeing and unseeing the body go beyond the gaze.

Reading the sprawling assemblage of *Antares* under the light of Jungian psychology raises intriguing questions. Self is the person defined by personality. The body of flesh, which is supposedly estranged from its respective beholder's eye, is a performance, a theatrical implementation of self. So, what qualifies the performance as performance? If there is no audience, is a performance still considered a performance? What happens if there is refusal to perform? What happens if the performance is interrupted? Does the self then become the other outside the performance?

In translating *Antares,* I constantly remind myself of what I am dealing with: found poetry. It is a collection of erasure poems, which I have long associated with the take-no-prisoners mode of artistic irreverence. I am conscious of the redactions that contribute to *Antares*'s uneven yet audaciously poised architecture. Such redactions are results of a deliberate sifting through, an intensive curation. There are gaps created by the new poems flexing their intricate and compact assemblies outside the tenuous mold of the page, the digital interface, where they had been found. Whenever I touch on the limits of the elasticity of language and whenever I fill in the gaps to achieve fluidity in translation, I become complicit in the erasure. In many ways, translating erasure poetry is attending to and making peace with the perceived shadow cast and magnified by what used to be there. It is an act of reconciliation—whether or not such an act is possible, let alone necessary—with the illusory memory and after-image of the source material that has been knowingly erased for reframing. Language is very much like the narrators in *Antares* voicing out their irresistible, staggering truths laced with tell-tale slip of the tongue. It retains the shape of what it excludes and does not acknowledge.

Kristine Ong Muslim
May 2018

9 *Songs*
(Michael Winterbottom, 2004)

So it begins—foam
in the mouth. Fraught liaison
with the bed's web.

9 *Songs*
(Michael Winterbottom, 2004)

Ang simula heto—bula
sa bibig. Maselang relasyon
sa sapot ng kama.

Ai no korīda
(Nagisa Oshima, 1976)

The body is an island.
Decree.
Device.
A vignette seeking solace.
An instrument of pain.
A dispatch.

Ai no korīda
(Nagisa Oshima, 1976)

Ang katawan ay isang pulo.
Batas.
Bagay.
Ang dagling naghahanap sa iba ng isang bati.
Ang isang instrumento ng pasakit.
Ang isang sulat.

All About Anna
(Jessica Nilsson, 2005)

a person does something
to fulfill what he cannot
fulfill.

a person is a fable.
a person fornicates
towards satiation. A person is semen.

a person is production. a person
is his own cock-cunt.
Many people are bare. Fully bare.

All About Anna
(Jessica Nilsson, 2005)

ang tao ay may ginagawa
upang makumpleto, na hindi niya
magagawang makumpleto.

ang tao ay pabula.
ang tao ay nakikipagtalik
upang makumpleto. Ang tao ay tamod.

ang tao ang paggawa. ang tao
ang kanyang titi puki.
Maraming hubad na tao. Buong kahubdan.

Anatomie de l'enfer
(Catherine Breillat, 2004)

A rendition
of the affair's inception.

Desire (cast)
projected onto an object of desire.

Naked body
(of an innuendo).

To almost have
pieces of one's picture

in another's hands. The price
of a prostitute's exposure.

Anatomie de l'enfer
(Catherine Breillat, 2004)

Isang pagganap
sa pagbukas ng pinangyarihan.

Ang ibig (anyo)
makita sa kung ano sa ibig.

Hubad na katawan
(ng isang pahiwatig).

Ang pagkakaroon halos
ng mga bahagi ng larawan

sa iba. Ang halaga
ng makikita sa puta.

And They Call It Summer
(Paolo Franchi, 2012)

A hand
slips inside the gap—lets slip
absolute bareness

in the subtlest of shadows,
completely unwrapped,
before each other

in a dream—
disclosing
to everyone naked.

Man fornicates
with himself. Everything
is exposed in the bed.

And They Call It Summer
(Paolo Franchi, 2012)

Isang kamay
sa pagitan—ipinakikita
na may tanging kahubdan

sa bahagyang anino,
inilalantad nang lubusan,
sa bawat isa

sa isang panaginip—
paglalantad
sa lahat ng hubad.

Ang tao ay nakikipagtalik
sa kanyang sarili. Ang lahat
nalalantad sa kama.

Antares
(Götz Spielmann, 2004)

The body's audience is not the gaze.

Antares
(Götz Spielmann, 2004)

Ang saksi ng katawan ay hindi mata.

Antichrist

(Lars von Trier, 2009)

Above all else,
to breach climax.

(vacuity)
(or simulation)

Behold rather
the staging

Behold rather
the sketch.

Antichrist

(Lars von Trier, 2009)

Ang higit sa lahat,
pagtagos sa rurok.

(kahubdan)
(o isang ilusyon)

Mangyaring tingnan
ang itinatanghal

Mangyaring tingnan
ang iguguhit.

Base-moi
(Virginie Despentes, Coralie Trinh Thi, 2000)

Remember, please
all emptiness.

The ring finger.
All springs from all.

An invitation to have sex.
Inside the room.

Afterward
the bed trembles.

After climax,
everything beyond
euphoria.

Base-moi
(Virginie Despentes, Coralie Trinh Thi, 2000)

Mangyaring tandaan
ang buong kahubdan.

Ang palasingsingan.
Ang lahat ay mula sa lahat.

Isang paanyaya sa kama.
Sa loob ng kuwarto.

Pagkatapos
nanginginig ang buong kama.

Pagkatapos ng rurok,
ang lahat ng higit
sa lubos na kaligayahan.

Batalla en el cielo
(Carlos Reygadas, 2005)

What wears the color of the future
will fade. Bareness is intrinsic
in parts that are always unbroken.

Batalla en el cielo
(Carlos Reygadas, 2005)

Ang kulay bukas
magmamaliw. May kahubdan
ang bahaging laging buo.

Caligula
(Tinto Brass, Bob Guccione, 1979)

Man is man. Man is fusion of numerous men,

there are those assimilated by the other. Each one, naked,
  before the other.

One's body is also another's

Caligula
(Tinto Brass, Bob Guccione, 1979)

Ang tao ay tao. Ang isang tao ay kumbinasyon ng mga tao,

may ibang sakop sa isa. Ang bawat isa, hubad, sa bawat isa.

Ang katawan ng isa ay katawan pa ng isa

Clip
(Maja Milos, 2012)

Stark nudity makes out
while coyness surfaces to souse

all the rest in their state of undress.

Clip
(Maja Milos, 2012)

Nakakikita ang buong kahubdan
at ang iláng ay lilitaw tagos

sa iba pang buong kahubdan.

Daisy Diamond
(Simon Staho, 2007)

Flesh, fully laid
bare, a stranger.

Daisy Diamond
(Simon Staho, 2007)

Ang laman, ganap na
hubad, isang estranghero.

Diet of Sex
(Borja Brun, 2014)

The blunt and insistent
sometimes bend
to the caprices of the hours.

(succulence)

Diet of Sex
(Borja Brun, 2014)

Ang tahasan at kagyat
minsan ay sumusunod
sa bawat liko ng mga oras.

(sarap)

Dogtooth
(Yorgos Lanthinos, 2009)

The rift between with and without.
The shroud revealed by undressing.
At the boundary of seldom and habitual.
The lick and the kiss.

Dogtooth
(Yorgos Lanthinos, 2009)

Ang pagitan ng mayroon at wala.
Ang bumabalot pagkatapos hubarin.
Sa pagitan ng minsan at patuloy.
Ang pagdila at paghalik.

Enter the Void
(Gaspar Noé, 2009)

Whatever the season, a person
is his body. Eyesight is possessed
by bared breasts.

There are many instances of nudity. A person
is the sum of his insinuations.

A person is a child. A child
allowed to suckle
ultimately becomes a brute.

Love is a person, manifold forms
of impossible forces
of love, in peak state of undress

unsimulated sex.

Enter the Void
(Gaspar Noé, 2009)

Kahit na aling panahon, ang tao
ang kanyang katawan. May paningin
ang kanyang hubad na dibdib.

Maramihang kahubdan. Ang tao
ang kanyang mga pahiwatig.

Isang bata ang tao. Ang bata
na pinasuso
ay hayop, sa paglipas.

Ang pag-ibig ay tao, maraming anyo
ng mga hindi kapani-paniwalang puwersa
ng pag-ibig, na may ganap na kahubdan

ang sex bilang sex.

Fallo!
(Tinto Brass, 2003)

1
On the surface
man is human. Man
is either naked or clothed in nakedness.

Man treads
over himself.

2
Man is visible
from underneath. Man springs
from within himself.

Man is premonition.
Man is limited
by his line of sight

and scope of his vision. Man,
in a nutshell, is
what's inside of him, man's interior darkness.

Fallo!
(Tinto Brass, 2003)

1
Sa ibabaw
ang tao ay tao. Ang tao
hubad o balot na hubad.

Ang tao ay naglalakad
sa ibabaw ng kanyang sarili.

2
Ang tao ay nakikita
mula sa ilalim. Ang tao ay nagsisimula
sa ilalim ng kanyang sarili.

Ang tao ay pahiwatig.
Ang tao ay ang layo
ng kanyang maaaring makita

sa maaaring makita. Ang tao
sa madaling sabi ay nakikita
sa kanyang loob, sa sama ng tao.

Gandu

(Qaushiq Mukherjee, 2010)

Being shown while watching a show
(nudity)
shown to the show being watched.

What's being shown
(turncoat)
seen over and over at the scene.

Gandu

(Qaushiq Mukherjee, 2010)

Ang ipinakikita habang nanonood
(kahubdan)
ipinakikita sa pinanonood.

Ang ipinakikita
(lilo)
na nakikita na nakikita sa eksena.

Guardami
(David Ferrario, 1999)

strip, face each one sandwiched between the other

strip, bare your teeth

strip, emerge from the water

strip and masturbate

strip, free from bondage

Guardami
(David Ferrario, 1999)

hubad, nakaharap sa bawat isa sa pagitan ng bawat isa

hubad, labas ang mga ngipin

hubad, lumilitaw mula sa tubig

hubad at naglalaro sa kanyang sarili

hubad, mula sa pagkaalipin

Hotel Desire
(Sergej Moya, 2011)

An exposé is an exhibition of every part exhibited in the show.

Hotel Desire
(Sergej Moya, 2011)

Ang pagbubukas ay pagpapakita ng bawat bahagi ng ip-inakikita sa palabas.

Hundstage
(Ulrich Seidl, 2001)

Here are motions
that may not be entirely simulated.

Revealed whenever
(revealing)
something's lit through the slit.

Reality is found to be realistic.

Hundstage
(Ulrich Seidl, 2001)

May makikita sa mga gawang
maaaring hindi maaaring kunwa.

Ang makikita habang
(makikita)
may naiilawan sa pagitan.

Ang tunay ay makikitang tunay.

Import Export
(Ulrich Seidl, 2007)

a slut

her body is overkill

her pussy is a dove

Import Export
(Ulrich Seidl, 2007)

isang puta

higit ang kanyang katawan

ang kanyang puki ay isang kalapati

Intimacy
(Patrice Chéreau, 2001)

Where to cast off
a sidelong glance,
a terse point.

All that can be seen
teased out from the unseen.
With the carnal fervor
of one transcending flesh.

In the face of disillusionment.

Intimacy
(Patrice Chéreau, 2001)

Saan maiiwan
ang bahagyang pagtingin,
ang maikling detalye.

Lahat ng makikita
mula sa mga hindi nakikita.
Sa matalik na pagkakalaman
ng isang higit sa laman.

Sa kabila ng panlulumo.

Ken Park
(Larry Clark, 2002)

All who are bereft of reasons by those who did not
even have a beginning. As tongues get tired.
Still, the interior remains visible
outside a mirror.
The one who searches for an image
of a facial expression from her self-portrait
captured in the throes of sexual pleasure.
The one who walks naked towards
a room surrounded by seekers.

Ken Park
(Larry Clark, 2002)

Lahat ng walang dahilan ng wala
kahit na simula. Sa pagsasawa ng dila.
Ang loob ay nananatiling makikita
sa labas ng isang salamin.
Ang naghahanap ng larawan
ng isang mukha ng kanyang sarili
sa seksuwal na kasiyahan.
Ang naglalakad nang hubad papunta
sa kuwartong ligid ng naghahanap.

Leap Year
(Michael Rowe, 2010)

The turning of the night.

What plays out in full
for one seeking
through the window.

A whole world out there far
more offensive than nudity.

Leap Year
(Michael Rowe, 2010)

Ang pagbabago sa gabi.

Ang ganap na nakikita
habang naghahanap
sa labas ng bintana.

Maraming higit pang
marahas sa kahubdan.

Love
(Gaspar Noe, 2015)

Beyond
is a vision

harshly illuminated.

Love that
seduces all.

Sex that claims
to embody stark

reality.
Sex takes in all.

Love
(Gaspar Noe, 2015)

Mula sa labas
may tanawin

na napakalinaw.

Ang pag-ibig na
umaakit sa lahat.

Ang sex na ibig
sabihin ang tunay

na nangyayari.
Ganap ang sex.

Much Loved
(Nabil Ayouch, 2015)

flesh is performance of self

Much Loved
(Nabil Ayouch, 2015)

laman ang gumaganap sa isang tao

Now & Later
(Philippe Diaz, 2009)

Many simulate through sexual congress
and you may be a witness
to these shiftings' tongue.

Such fingers are stark naked.

Now & Later
(Philippe Diaz, 2009)

Maraming sa pagtatalik ay gumaganap
at maaari mong makita
ang dila ng mga pagbabago.

Ang mga daliri ay ganap na hubad.

Nymphomaniac I
(Lars von Trier, 2013)

What imparts
What stays

An act
unabashed

An attempt to make whole
over and over

Nymphomaniac I
(Lars von Trier, 2013)

Ang nagbibigay
Ang tumatagal

Ang isang eksena
lantaran

Ang isang binubuo
nang paulit-ulit

Nymphomaniac II
(Lars von Trier, 2013)

The outlet for everything,
a deluge of spills.

Nymphomaniac II
(Lars von Trier, 2013)

Ang buong daloy ng lahat,
lubhang maraming agos.

Paradise: Faith
(Ulrich Seidl, 2012)

Night is a witness,
not all performances
are acted out in full.

Paradise: Faith
(Ulrich Seidl, 2012)

Isang saksi ang gabi,
hindi lahat ng mga gawa
ganap na itinatanghal.

Pink Flamingos
(John Waters, 1972)

The disclosed exploits of flesh
and reason. In between, there is no
filter. In each confession of yearning
for each other. Subdued in their revelation:
the specifics. Through direction,
arbitration becomes evident.

Pink Flamingos
(John Waters, 1972)

Nabulgar na aktibidad ng laman
at malay. Sa pagitan ay walang
pagsala. Sa bawat pahayag ng ibig
sa isa't isa. Nagsisiwalat ng pigil
ang detalye. Sa pagkumpas,
ang pamamagitan ay makikita.

Pola X
(Leos Carax, 1999)

Know where to go astray
and gain experience. Go beyond
the intimacy of pornography.

Pola X
(Leos Carax, 1999)

Alamin kung saan naliligaw
at namumulat. Higit pa
sa talik ng pornograpiya.

Princesas
(Fernando León de Aranoa, 2005)

So much is revealed even through shadows.
Reflections on a mirror.
A romantic scene.
The insinuation of form.
Garment and undergarment.

Princesas
(Fernando León de Aranoa, 2005)

Maraming makikita kahit sa mga anino.
Ang mga imahen sa isang salamin.
Ang isang romantikong tagpo.
Ang ipinahiwatig sa likod ng anyo.
Ang damit at damit-panloob.

Q
(Laurent Bouhnik, 2011)

Important reminder: All flesh—

desires

all flesh.

Q
(Laurent Bouhnik, 2011)

Mahalagang paalala: Lahat ng laman—

nais

lahat ng laman

Romance X
(Catherine Breillat, 1999)

The substance of the entire
sprawl of speculation and doubt:
sheer and ethereal.
The slight detail
that sets apart one from one.
This edition is a testament to the clarity
of another version.

Romance X
(Catherine Breillat, 1999)

Ang laman ng buong
kahubdan ng akala at kaba:
tagos sa paningin at paghawak.
Ang bahagyang detalye
sa pagitan ng isa at isa.
Sa ipinakita ay mas malinaw
ang bersiyon mula sa iba.

Serbis
(Brilliante Mendoza, 2008)

Bareness is articulated whole for those
barely conveyed.

Serbis
(Brilliante Mendoza, 2008)

Buo ang kahubdan sa ilang
bahagyang pahiwatig.

Seul contre tous
(Gaspar Noé, 1998)

Indicated between the incipient taking off
from the finished edge right before being sprung
from a message implying, 'abandon.'

Seul contre tous
(Gaspar Noé, 1998)

Ipinahiwatig sa pagitan ng nagsisimula pagkatapos
kung saan ang natapos ngunit bago ito ay nagsimula ito
sa isang mensahe na ang humigit-kumulang na sabi 'iwan.'

Sex and Lucia
(Julio Medem, 2001)

There is so much that can be seen
while walkign around,
a pornography,
a dreamed-of cadaver
and water from a shower head.
There are also a few hands;
a picture that depicts
the invisible.

Sex and Lucia
(Julio Medem, 2001)

Maraming maaaring makita
sa paglalakad sa paligid,
isang pornograpiya,
isang bangkay na pangarap
at tubig mula sa shower head.
Mayroon ding ilang kamay;
isang larawan na inilalarawan
ang hindi makikita.

Shortbus
(John Cameron Mitchell, 2006)

It is true: self is a fabrication.
Self as seen through the lens after
having sex in a variety of positions.
This is the season for oneness with the self.
Absence is realized and intact throughout.
There are signs that signal homecoming.
Pornography is a choice.
To the public, man is simply man.

Shortbus
(John Cameron Mitchell, 2006)

Totoo, kasinungalingan ang sarili.
Ang sarili sa isang teleskopyo pagkatapos
makipagtalik sa iba't ibang posisyon.
Ito ay panahon ng ugnayan sa sarili.
Ang kawalan ay ganap at buo.
Mayroong pahiwatig na pagbabalik.
Ang pornograpiya ay isang pasya.
Sa publiko ang isang tao ay isang tao lamang.

Starlet
(Sean Baker, 2012)

Sex is a vignette.

Post-coitus,
a shut door,

an open
letter.

Starlet
(Sean Baker, 2012)

Ang sex ay dagli.

Sa katapusan,
isang nakasarang pinto,

isang hubad
na tala.

Taxidermia
(György Pálfi, 2006)

Lots of torrid sex
in succession, heaven bound
without hesitation.

Taxidermia
(György Pálfi, 2006)

Maraming pagtatalik na buong selan
at paulit-ulit, patungo sa mga bituin
nang walang alinlangan.

The Band
(Anna Brownfield, 2009)

(If possible, forgive
me for being myself.)

All flesh is bared
just all flesh.

The Band
(Anna Brownfield, 2009)

(Mangyaring patawarin mo
ako kung ako ay ako.)

Lahat ng laman ay itinatanghal
lahat lamang ng laman.

The Brown Bunny
(Vincent Gallo, 2003)

An ending is lodged within love.
The culmination of love.
A love, true love everlasting.
The one becoming one with the one.
There is a landscape, foreboding.

The Brown Bunny
(Vincent Gallo, 2003)

Ang katapusan ay laman ng isang ibig.
Ang ganap sa ibig.
Isang ibig, isang tunay na ibig sa haba ng panahon.
Siya sa kanyang siya.
May tanawin, pahiwatig.

The Final Girl
(Todd Verow, 2010)

At the flash of intense light,
at the moment of utmost clarity,
in the span of time
between takes,
ring finger.

The Final Girl
(Todd Verow, 2010)

Pagbukas ng buong liwanag,
sa ganap na liwanag,
sa lawig ng panahon
sa pagitan ng mga eksena,
palasingsingan.

The Idiots
(Lars von Trier, 1998)

A story of a story's story.

A scene,
a fleeting but candid glimpse.

The screams, the accusations provoke.

There is loss and emptiness
for both.

The Idiots
(Lars von Trier, 1998)

Ang bersiyon ng bersiyon ng bersiyon.

Isang tagpo,
isang maikli ngunit malinaw na larawan.

Ang selan ng sigaw, akusasyon.

Mayroong kawalan at kahubdan
sa isa't isa.

The Piano Teacher
(Michael Haneke, 2001)

A watch demonstrates the nature of a watch.

The Piano Teacher
(Michael Haneke, 2001)

Ang isang relo ay ipinakikita kung ano ang isang relo.

Thriller—en grym film
(Bo Arne Vibenius, 1974)

Scores of sought-after nudity in the uncut
version are hidden in plain sight. There is a snakeheart.

Thriller—en grym film
(Bo Arne Vibenius, 1974)

Maraming pangarap na kahubdan ng hindi pinutol
na bersiyon ay nagpapakitang tago. May ahas na puso.

Twentynine Palms
(Bruno Dumont, 2003)

There is basis in a claim, in a disclaimer:
"in another day I would finally like to see you"
and then a reminder of the moment that has passed.
A day's bust.
In times.
This thing about a thing yet to be found but one already owns.
Unsimulated sex; surge.

Twentynine Palms
(Bruno Dumont, 2003)

May nilalaman sa kung ano, kung kunwa:
"sa ibang araw gusto ko na makita ka"
at pagkatapos nagsasabi sa kanyang hindi na mamaya.
Ang dibdib ng isang araw.
Sa panahon.
Ang bagay sa isang bagay na hindi makita ngunit sa kanya.
Ang sex bilang sex; sulak.

Whore's Glory
(Michael Glawogger, 2011)

Nakedness will, in time, be seen in the context of nakedness.

Whore's Glory
(Michael Glawogger, 2011)

Isinasa-kahubdan sa panahon ang kahubdan.

Young and Wild
(Marialy Rivas, 2012)

Some flaunt
the suppressed
(discreetly).

The directive
lines of innuendo.

Something is suggested
by those missing
and lacking in openness.

Young and Wild
(Marialy Rivas, 2012)

May nagpapakita
ng hindi ipinakikita
(bahagya).

Ang nagtuturo
mga pahiwatig.

May ipinakikita
ang mga wala
na walang kahubdan.

Chi

___

Brief Note on Chi

The pieces in this chapbook Chi resulted from the creative erasure of the book Say ni Chiz (ICatcher Productions, Inc., 2009), a memoir of Sen. Chiz Escudero. The book was a slim volume, consisting of two brief forewords and 10 chapters. I erased the book, from foreword to last chapter. Each chapter, including the foreword, corresponded to a piece [in Chi], thus the 12 pieces in this project. Process-wise, I made sure there was material left over after erasing every page of the book, although I did not strictly follow this (there were a few pages that were fully erased), all in line with the pieces' mode of construction, which was primarily guided by epigrammatic/aphoristic and paratactical goals. Generally, the collection hinged not only on the concept and principle of chi or qi (breath, air, energy, life force) in traditional Chinese culture but also on other cultures such as Japanese (ki) and Indian (prana).

—Mesándel Virtusio Arguelles (tr. Kristine Ong Muslim)

Maiksing Talâ Tungkol Sa Chi

Ang mga piyesa sa chapbook na Chi ay resulta ng malikhaing pagbubura ng librong Say ni Chiz (ICatcher Productions, Inc., 2009), na memoir ni Sen. Chiz Escudero. Manipis lang ang libro, may dalawang maiiksing foreword at 10 kabanata. Binura ko ang libro mula foreword hanggang huling kabanata. Bawat isang kabanata kabilang ang foreword ay itinumbas ko sa isang piyesa, kaya may kabuuang 12 piyesa ang proyekto. Sa proseso, sinikap kong magkaroon ng matitirang materyal sa bawat pahina ng libro bilang panuntunan bagama't hindi ko ito estriktong sinunod (may ilang pahinang hindi naiwasang nabura nang ganap) ayon na rin sa paghuhubog ng mga piyesa na pangunahing nagagabayan ng mga mithiing epigramatiko/aporistiko at paratatktiko. Sa kalakhan, nakaangkla ang koleksiyon sa konsepto at prinsipyo ng chi o qi (hininga, hangin, enerhiya, puwersa ng buhay) sa tradisyonal na kulturang Tsino ngunit matatagpuan din sa ibang kultura tulad halimbawa ng sa mga Hapones (ki) at Indian (prana).

—Mesándel Virtusio Arguelles

To write oneself—*Tell me*

Ang pagsulat ng sarili—*Ikaw ang dapat magsabi*

All for nothing—

Sa wala ang lahat—

If you want to know how to complicate things, what it takes to be simultaneously near and far, the retreat or progress of failure.

If you look at it, everything depends on something: how many steps before reaching the staircase, what time the cockroach shows up, from which hole rats emerge or which hole needs to again be plugged.

There is an enormity of whatnot, an obvious burden and anguish.

Sometimes, too, I do not know why.

I cannot forget what I do not know.

A fragment is whole.

And in the rush of speeding cars, how do you stay still in order to sit through the screams of delight and short-lived excitement.

There are boxes of whatnot, no more and no less.

There was not a day that passed when I said I would never return; for me, going away was hard to grasp while looking for a permanent place to stay.

Kung gusto mong malaman kung ano ang kahulugan ng mga kumplikasyon, ang agwat ng malapit pero malayo, ang aalis o darating na kakulangan.

Kung titingnan mo, depende kung ano: ilang yapak bago ang hagdanan, anong oras lumalabas ang ipis, saang butas lumalabas ang mga daga o butas na kailangan na namang takpan.

May malaking kung ano, na hindi maikailang bigat at lungkot.

Minsan naman, hindi ko alam kung bakit.

Hindi ko makalimutan ang hindi ko alam.

Buo ang kapiraso.

At sa tagisan ng mga sasakyang dumadaan, pa'no ka tumitigil para panoorin ang masayang ingay at panandaliang aliw.

May mga kahon ng kung ano, walang labis at walang kulang.

Walang araw na hindi na babalik pero ang pag-alis ay hindi ko maintindihan habang naghahanap ng permanenteng paglulugaran.

Whether or not you believe in God, a child's perspective can produce serious observations.

You need to get to the absolute last part.

A wholeness and a half.

There is time to play.

Not sure if this still applies now.

It is easy to say and easy to pretend to know how things might turn out.

But really, how?

I had difficulty explaining.

Sa maniwala ka't hindi sa Diyos, may mga seryosong bagay mula sa punto ng bata.

Kailangan mong abutin ang pinakadulo.

Ang isang buo at ang kalahati.

May oras para maglaro.

Ewan kung meron pa ngayon.

Madaling sabihin at madaling magpanggap na alam kung anuman ang ikot ng mundo.

Subalit sa totoo lang, ano?

Nahirapan akong magpaliwanag.

And in your eyes, the glint is disappearing and becoming unable to find time.

Several times each year.

Sometimes, my whole life weighs me down.

I am not weighing things.

I don't know, I don't know the circumstances at the end of a fight.

I am no longer watching, I am losing my vision; my glasses.

I got something.

But I did not actually get it.

I misplaced it, and I never found it again.

This is where possibility started out as your appropriation of another's person's story.

From the unexpected and the odd twist of fate.

I do not often run when I am supposed to run.

I still do not understand all the things I should have understood by now.

You do not know what you know.

There are many, many other worlds that are diverse and new.

I did not know, I did not understand.

At sa mga mata mo, nawawala na ang ningning at nahihirapang maghanap ng panahon.

Ilang beses sa isang taon.

Minsan, ang bigat ng pakiramdam sa buong buhay.

Wala akong iniisip.

Hindi ko alam, hindi ko alam kung pa'no ang sitwasyon sa dulo ng isang engkuwentro.

Hindi na ako tumitingin, malabo na ang mata ko; ang salamin ko.

May nakuha ako.

Pero hindi pala.

Nawala at hindi ko na ulit nakuha.

Dito nagsimula ang posible ay nakuha mo sa kuwento ng iba.

Mula sa hindi inaasahan at tsamba.

Madalas kung kailangan kong tumakbo, hindi ako tatakbo.

Ang hindi ko maintindihan, hanggang ngayon, hindi ko pa rin maintindihan.

Hindi mo alam ang alam mo.

Marami, marami pang mundo na iba at bago.

Hindi ko nakuha, hindi ko naintindihan.

Things have their share of every day's passing.

There is no rationale.

I am looking for the insight that comes with a viewpoint.

In the beauty I am looking for.

What is meant is always the lack of certainty.

"What? Again, what?"

You cannot take back the chance to let go of the chance you already hold.

Everything, everything is a gamble.

Throughout my life, I never ran.

Nothing has changed, whatever the reason, your life is not supposed to change.

May araw-araw na dumadaan sa mga bagay-bagay.

Walang paliwanag.

Hinahanap ko ang liwanag ng pananaw.

Sa kagandahang hinahanap ko.

Ang hindi tiyak lagi ang ibig sabihin.

"Ano? Ano ulit?"

Hindi mo maibabalik ang pagkakataong pakawalan ang pagkakataong hawak mo.

Lahat, lahat ay pagtatangka.

Hindi ako tumakbo sa buong buhay ko.

Walang nagbago, sa kung anumang dahilan, hindi dapat magbago ang buhay mo.

OLÉ

Upset the normal course of things, and still, the only guarantee is the ending.

I have heard many things; whose veracity I want to confirm.

Whenever possible.

Unfortunately, you do not always grasp the underlying connection between things.

The appeal of language: the unforeseen and speculated.

Each possibility is priceless.

Even if there is no way to know what will happen, how to proceed.

Until the end, I am only writing a proper location for my hand and nothing else.

Until now.

Even if the present is not for all time.

Even if time is not a multitude.

Pagbali-baliktarin man, wakas ang sigurado.

Marami akong naririnig na gusto kong malaman kung tutoo o hindi.

Kung posible.

Ang nakakalungkot, madalas ay hindi mo alam ang koneksyon ng mga bagay-bagay.

Ang udyok ng salita: ang hindi inasahan at inakala.

Walang katumbas ang bawat posibilidad.

Hindi man alam kung ano ang mangyayari, kung ano ang tatakbuhin.

Hanggang sa dulo, sinusulat ko lang kung saan ko ilalagay ang kamay ko at wala nang iba.

Kahit hanggang ngayon.

Hindi man lagi ang ngayon.

Hindi man marami ang panahon.

I do not know why I like nothing.

How have I been convinced?

A nothing that takes wing or a nothing seizedby those who have found traction.

Have faith in nothing, a dark and depressing place.

You cannot find meaning in a dictionary.

The past is long gone, and the future—you seek out.

And I sought out even my face, the word, the stories.

Words thatsurpass mere utterance or speech.

I am alone, alone in joy and sorrow.

Nothing, nothing, nothing looms more profoundly than misery.

And, it is wrong to claim there was nothing in it for me.

All is nothing—this is a certainty.

Hindi ko alam kung bakit gusto ko ang wala.

Paano ba ako nakumbinsi?

Wala na lumilipad o kuyum-kuyom ng mga nakakuha.

Maniwala ka sa wala, isang madilim at malungkot na lugar.

Wala sa diksyunaryo ang kahulugan.

Wala na ang lumipas at ang bukas—hahanapin mo.

At hinanap ko kahit ang mukha ko, ang salita, ang mga kuwento.

Mga salita na higit sa salita o talumpati.

Mag-isa ako, mag-isa sa kagalakan at kalungkutan.

Wala, wala, walang nagbabadya higit sa matinding kalungkutan.

At maling sabihin na wala akong napala.

Wala ang lahat—isa itong katiyakan.

A better conversation is one that problematizes and is personal.

It is not possible to make one from all—each one is a construction.

Believe in your stars, the existence of life is a one-off occurrence.

As time passes, whatever you do becomes obsolete; not one day has passed that I have not had second thoughts.

The world is completely desolate down to its one-liner interpretation.

Yes, all topics can turn into omissions in discourses, which tend to devolve into bland simplifications, the absence of complications, gravity or offense.

First love, I love what's hidden and what's experiential.

One minute, one month, every night I waited to meet them.

They say, there is no way to fill an absence.

Just like that.

Mas mabuti ang usapan kung komplikado at personal.

Hindi maaaring iisa ang lahat—ang lahat ay lalang.

Maniwala ka sa mga bituin sa langit, minsan lang ang buhay.

Sa matagal na panahon, luma na anuman ang gawin mo; walang araw na hindi ako nagdalawang-isip.

Lubhang malungkot ang mundo sa kahit isang linya.

Oo, puwedeng mawala ang lahat sa usapan at masinsinang diskusyon na lagi rin namang tungkol lang sa mga simpleng bagay, walang komplikado, mabigat o masakit.

Unang tibok ng puso, mahal ko ang hindi ko nakikita at nakita ko.

Isang minuto, isang buwan, gabi-gabi akong naghintay makaharap sila.

Sabi nila, hindi kailanman mapupunan ang pagkukulang.

Gano'n lang.

Under the sun, the daytime and the day-to-day things.

Whatever you do, whatever you're doing, there is no retreating.

Own up to everything, even the most trivial.

But sometimes, I feel that all I've done is ludicrous and must be forgotten by everyone.

I feel miserable.

I do not know and am unsure whether or not I want clarity and truth out of every experience.

For how long this will last, I do not know.

I am only after one thing, which is to go home, even when it rains.

Despite this, I have not accomplished anything important:

Have I really done anything of note?

I did not shrink away from public scrutiny.

They are not stupid.

I still believe in the usefulness of futility, so I make it a yearly thing to go through my futile attempts.

I weigh the possibility inherent in diminutive things.

Arguments in favor of futility do not just pivot on coincidence.

More like, I already understand my allusion.

But there is not one word, none.

I did not find it in the end, it just disappeared.

Sa ilalim ng araw, ang araw at ang mga bagay-bagay.

Sa kahit anong puwedeng gawin, sa mga ginagawa, walang atrasan.

Kailangang pangatawanan ang lahat kahit tungkol sa wala.

Pero minsan, ang pakiramdam ko, lahat ng nagawa ko, kalokohang ginawa at dapat makalimutan ng lahat.

Labis akong nalungkot.

Hindi ko alam at tiyak kung hanap ko ang kapaliwanagan at katotohanan sa bawat karanasan.

Kung hanggang kailan, hindi ko alam.

Simple lang ang siniguro kong mangyari, ang makauwi, maski na umuulan.

Sa kabila nito, wala akong nagawang kahit anong seryoso:

Ano nga ba?

Hindi ako nagtago sa madla.

Hindi sila mangmang.

Naniniwala pa rin ako sa ibig sabihin ng wala kaya bumabalik ako kahit minsan isang taon sa wala.

Tinimbang ko ang posibilidad ng mga bagay na maliliit.

Hindi nagkataon lang ang mga argumento para sa wala.

Kung baga, naiintindihan ko na ang gusto kong tukuyin.

Pero wala ni isang salita, wala.

Hindi ko nakita sa dulo, basta na lang nawala.

YANG

Forever is an impossibility; nobody will be left forsaken; nobody will be cherished forever; nothing will be left unsaid; no book will be left unread.

So, in this world, it is possible to live without too much complication.

The day to day is impenetrable and vast, especially the mundane.

You see the world with fresh eyes when you look at it from below.

I recognize pointlessness, a shot in the dark.

I do not know what to call it.

That small talk, where I figure out how it is for those who cannot die.

The transitory has just barely begun; I momentarily feel time stopping.

I do not want to remember everything.

What's important is the heart knowing what's right.

My outlook is clear.

Years passed, amazing how it turned out for me—the hours go by so fast.

Yet the present stays.

Imposible ang walang hanggan; walang maiiwan; walang maiiwang natatangi; walang maiiwang puwedeng sabihin; walang maiiwang libro.

At sa mundo, puwedeng mabuhay nang walang gano'ng karaming komplikasyon.

Malalim at malawak ang araw-araw, lalo ang karaniwan.

Para kang may bagong mata pag tiningnan mo ang mundo mula sa punto ng mas maliit.

Nakita ko ang wala, ang suntok sa buwan.

Hindi ko alam kung ano ang itatawag.

Sa maliliit na usapan, naiintindihan ko ang mga walang kamatayan.

Nagsisimula pa lang ang sandali; saglit kong naramdaman ang pagtigil ng ikot ng mundo.

Ayokong tandaan ang lahat.

Ang mahalaga ay nasa tamang lugar ang puso sa kung ano ang nararapat.

Maliwanag ang aking pananaw.

Dumaan ang mga taon, nagulat ako kung paano nangyari— ang bilis lumipas ng oras.

Pero hindi nawawala ang kasalukuyan.

I cannot tell whether I am still young or already old.

I am the last to know, nobody has told me about this or that.

Sleeping is prohibited, I sleep longer than usual.

I watch TV, fiddle with things I can fix.

I can hear them giggle, see the present turn into past.

A lot needs to be done now; the pages are unfinished, and the printed text has almost faded.

It is not enough to die.

What I want is to know if, from here, there is another place out there.

Someone says to wait for the right time.

But, what does the right time truly mean, what about the wrong one?

I believe in the future, there are countless possibilities.

Time has aged fast.

I find self-discovery objectionable.

I do not have an answer to every question, but I have the good sense to ask questions.

Meanwhile, life is lunacy.

Iniisip ko kung bata pa ako o matanda na.

Huli ako sa balita, walang nagsabi ng ganito o gano'n.

Hindi maaaring matulog, natutulog ako nang mas matagal.

Nanonood ng TV, nagbubutingting ng kaya kong gawin.

Naririnig ko ang hagikhik ng mundo, nakikita ang daan ng kasalukuyang panahon.

Maraming dapat gawin sa kasalukuyan; hindi kumpleto ang mga pahina at kupas na halos ang teksto.

Kulang na mamatay.

Ang ibig ko'y malaman kung may mapupuntahan mula rito.

May nagpapayong maghintay ng tamang panahon.

Pero ano nga ba ang tamang panahon, ano rin ang mali?

Naniniwala ako sa darating, napakarami ng maaari.

Malaki ang itinanda ng panahon.

Ayokong matagpuan ang sarili.

Wala akong sagot sa bawat tanong, pero hawak ko ang karunungang magtanong.

Samantala, kahibangan ang buhay.

A Note on the Illustrations

How does one provide illustrations for a text that repeatedly resists crystallization into neat, organic symbols? This question hung over my every attempt to illustrate Chi, as I did not want the artworks to simply serve as a visual shorthand for each poem with a linear correspondence between text and image.

The difficulty also lies in the fact that Arguelles's collection concerns itself with erasures: as found text, it cuts new shapes out of old cloth and produces a voice so preoccupied with the push and pull of opposing forces to the point of achieving a kind of obliteration that recalls Eastern philosophical notions of wholeness. Reach god through contradiction.

I took my cue from the second "Vera" poem and its allusion to Rilke and imagined my illustrations as evoking one or two aspects of the text, touching at a tangent both the poems they accompany and the other images in the chapbook. Whenever an illustration takes a little bit from classicism, the body is warped in some way: missing parts, the stoic face obscured or disfigured. Others borrow loosely from Eastern traditional ink paintings. The titles keep the self-annihilating statements together and also provide me with cues to play with visual associations.

I would like to thank the author for giving me quite a maddening, and ultimately satisfying, challenge.

—Erika M. Carreon

Mal

___

Process Note

The poems in *Mal* resulted from the erasure of poems in the book *Kung Bakit Kailangan ang Himala* (University of the Philippines Press, 2007) by Rio Alma. For my process, I used the first two words—although I did not use all of them—from every line of every poem in *Kung Bakit Kailangan ang Himala*. I did not change the order of the lines, but I rearranged the stanzas (e.g., there were lines merged into a single line). There were instances when I used only one word from the two words [I was supposed to appropriate from the source text]; there were instances, too, when I resorted to deleting a letter (although I rarely did this) from the words in order to come up with a word consistent with my aim. I removed all the poem titles and replaced them with a symbol that resembled the em-dash (—), to signify the simultaneous connection and separation (especially in the visual aspect) of the individual poems and to shape, overall, a unified length of poetic sequence.

—Mesándel Virtusio Arguelles (tr. Kristine Ong Muslim)

Talâ sa Proseso

Ang mga tula sa *Mal* ay resulta ng pagbubura sa mga tula sa aklat na *Kung Bakit Kailangan ang Himala* (University of the Philippines Press, 2007) ni Rio Alma. Sa proseso, kinuha ko ang unang dalawang salita—gayunman, hindi ko ginamit lahat ang mga ito—sa bawat linya ng bawat tula sa *Kung Bakit Kailangan ang Himala*. Hindi ko binago ang pagkakasunod-sunod ng mga linya mula sa mga pinagkunan bagama't malaya kong isinaayos ang taludturan (e.g., may mga linyang pinagsama-sama ko bilang isang linya lamang). May mga pagkakataong isa lamang sa dalawang salita ang ginamit ko; may mga pagkakataon namang kinaltasan ko ng isang letra (pero bihira ito) ang salita para makamit ang angkop na salita ayon sa aking layunin. Ganap kong tinanggal ang mga pamagat ng mga tula at pinalitan ng simbolong hawig sa em-dash (—) upang magsilbing alinsabay na pang-ugnay at panghiwalay (lalo na, sa biswal na aspekto) ng indibidwal na mga tula at makahubog, sa kabuuan, ng sambuong-habang poetikong sunuran.

—Mesándel Virtusio Arguelles

Indolent
disheveled

In front
something is nailed

Riddled with scratches is the one smiling
on the right

and to the left

–

to lean on

look up

Nakatunganga
gusgusin

Sa harap
may nakapako

Puro gasgas ang isang nakangiti
sa kanan

at sa kaliwa

–

upang humilig

tumingala

In court
being sworn not being sworn

not being sworn
not being sworn

not
permitted

–

Be a rock
to withstand
the stench, smoke

Sa hukuman
pinasusumpa hindi pinasusumpa

hindi pinasusumpa
hindi pinasusumpa

hindi
maaari

–

Kailangang bato
upang tumagal
sa alingasaw, usok

But if
a rebuff

is forthcoming

–

Silent
lying in wait

Before long

roused
by the flailing horde, everyone struggling to get ahead of others—

Ngunit kung
hindi

ang ibinubulong

–

Tahimik
nag-aabang

Mamaya pa

nililindol
ng nagsisiksikang nag-uunahan, nagtutunggali—

the desperate and the Black Nazarene

Mumbled by the resident holy card

You shall live

–

The presence of blood
the builder's eyes are shut

desperado't Nazarenong Itim

Ibinulong ng estampita sa paligid

Mabubuhay ka

–

May dugo
nakapikit ang nagtayo

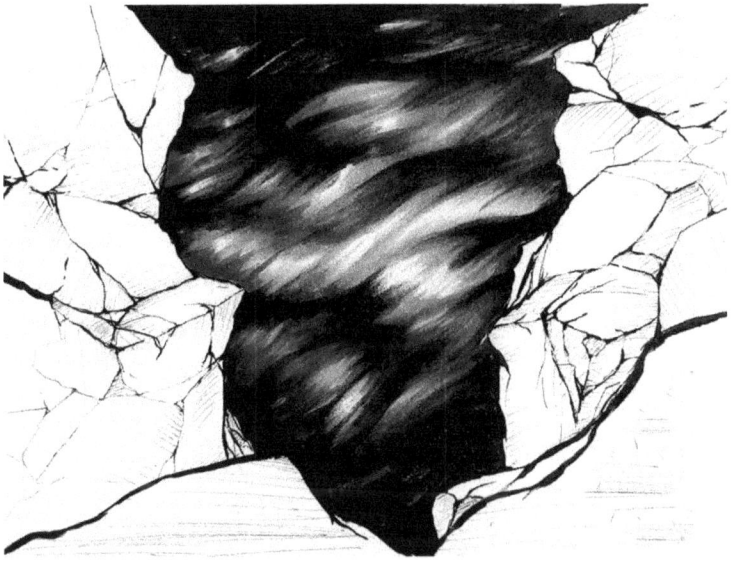

Upon vanishing
became a bird

When putrefying
When raging impotent

lorded over
the carcass

–

thousands
had gone missing

in a book
someone pokes about to confirm

–

Scrutiny being scrutinized
outpouring poured

Nang maglaho
naging ibon

Nang maagnas
Nang mabaog

pinagharian
ang bangkay

–

libo-libo
ang hindi makita

sa libro
may nagsusuri upang tiyakin

–

Pagsipat na sinisipat
paglukob bumuhos

The room

scrub
clean thoroughly

rinse out

then paint
a sterile white

–

One Chinese
while watching
grazes

Ang silid

isisin
linising mabuti

bombahin

saka pintahan
puting-puti

–

Isang Tsino
habang nanonood
na nanginginain

Because the poem
was stopped and asked to alight

Far afield

–

the root
the branch

as a door

or as platter
or even perpetuity

Dahil ang tula
pinahinto at pinababa

Malayo

–

ang ugat
ang sanga

bilang pinto

o bilang pinggan
o kahit walang-hanggan

sizzle
blaze

soar
slash

stick your tongue out
concede to Time

–

Nobody expects
the intrusion of language

during climax

–

Clink of the emptied
beginning regarding the end

sumagitsit
lumagablab

lumipad
lumaslas

dumila
kumilala sa Oras

–

Hindi inaasahan
may nagsasalita

sa sukdulan

–

Kalansing ng basyong
simula hinggil sa pangwakas

Always, the future
is inscribed

–

Where it comes from
from the source

From the source
glimpse of a ray of light

Lagi, ang hinaharap
iniuukit

–

Saan nanggagaling
mula sa mula

Mula sa mula
silay ng sinag

Everything gets overlooked, except for the essentials

Go up and down
take major risks

meander
move sinuously

to delay
or to counter the finale

For now
gather round the womb

Nalilimot ang lahat maliban sa kailangan

Bumaba-umakyat
makipagsapalaran sa pangil

magpasikot-sikot
kumiwal-kiwal

upang maantala
o masalungat ang pangwakas

Marahil, ngayon
nagtitipon sa sinapupunan

This may have
started

When what was held back
was discovered

–

Stooping
Gray-haired

Wrinkled
Wordless

–

Like nascent magic
for unlocking

a vastness
that refuses to shrink

Maaaring
nag-umpisa

Nang matagpuan
ang ibinimbin

–

Hukot
Mauban

Makulubot
Tahimik

–

Parang salamangkang musmos
na nakapagbubukas

sa malaking
hindi lumiliit

1
nonexistent
star

2
cover up

1
walang
tala

2
takpan

It is raining, thus fraught with the din of struck metal shield

Some are even
incensed

–

After crying out
pine for something

After a while
continue biting the apple

Umuulan kaya tigib sa kalasag

Ang ilan pa
nababagot

–

Pagkatapos umiyak
nangulila

Paglipas
kinakagat pa ang mansanas

The ten, having their hair trimmed, are normal
The ten, smelling of detergent suds, are normal

The ten, sacred as an enfolding, are normal
The tainted ten

crude and stinky with sweat
as well as tarred

–

If you are able to speak
consider doing so during the search

Normal ang sampung ginugupitan
Normal ang sampung amoy-sabon

Normal ang sampung simbanal ng pagdadaop
Ang sampung may mantsa

magaspang at amoy-pawis
at nangingitim

–

Kung makapagsasalita
sa paghanap kung sakali

If you are able to cross
what bars your way

Prepare for what you need
in case nothing happens

Because
Because

Because it is not
Because it is necessary

–

to celebrate
to be terrified

one must be
sick

to be
cured

Kung maitawid
ang naghambalang

Ihanda sa kailangan mo
kung wala

Dahil
Dahil

Dahil hindi
Dahil kailangan

–

magdiwang
masindak

kailangan
ang sakit

nang
magamot

Nothing can be prophesied
and of course

when the drowned ones would finally return
uncovered by millions

–

and now, it is required to be

dressed in uniforms
lined up in a row

surrounded by
the ones who lived because they were buried

Walang nahuhulaan
at siyempre

nang magbalik ang nalunod
inungkat ng milyon

–

at ngayon, kailangan

nakauniporme
nakahilera

nakapaligid
ang mga nabuhay nang inilibing

Why, indeed, was it not
assembled here so it can play a part

instead
why or why not

or hence, in order to make it
appear more empty
–

Who is the brains
Where is the heart-bearing womb

How can the bowels be extended
What is a beast

Bakit nga hindi
dito, inorganisa upang may bahagi

sa halip
bakit o kung bakit hindi

o kaya, upang lalong
mukhang wala
–

Sino ang utak
Saang sinapupunan ang puso

Paano pinahahaba ang bituka
Ano ang hayop

Never mind being replaceable
Never mind being worked out

Never mind

–

invented out of need
more likely invented

inventing should be done continuously
according to need

Di baleng napapalitan
Di baleng naoopera

Di bale

–

inimbento dahil kailangan
maaaring inimbento

kailangang patuloy ang pag-imbento
alinsunod sa kailangan

Each underline
merely laughs

–

Only to say

that after a prolonged
attempt to determine

whether one pays heed
maybe

–

Why yearn to inter
what

yearns to be interred
Why yearn

Tumatawa lamang
ang bawat salungguhit

–

Para lamang sabihin

sa hinaba-haba
sinubok suriin

kung pakikinggan
posible

–

Bakit nais ilibing
ang

nais ilibing
Bakit nais

Only becoming trivial at the end:
memory

–

To be chosen
because one feels glum

because one has lost interest
because one is sick with colds

because one has already sampled you
and also because

–

As languid as praying the rosary
rotund as the belly

white as refinement
hallowed as the one who walks

Mababaw lamang sa wakas
ang alaala

–

Pinili
dahil nalulungkot

dahil nagsawa
dahil sinisipon

dahil natikman
at dahil

–

Kasinlamlam ang pagrorosaryo
kasimbilog ang tiyan

kasimputi ang pinong-pino
kasimbanal ang naglalakad

134

Muse, too beautiful
perhaps too beautiful now

–

in fives
Thus always

within reach
or elusive

Eyes shut
or glaring

from reading
afterward

while moving about
snatched

one chicken
and was run over

Lakambini, napakaganda
sakaling ngayon napakaganda

–

tigsisingko
Kaya lagi

nag-aabang
o umiiwas

Nakapikit
o nanlilisik

dahil nagbasa
pagkatapos

habang patungo
hinablot ang

isang manok
at nasagasaan

Sluggish
is the
suddenness

–

Left unattended
after completion

Thus likely to be at the verge of getting bombed
Unpredictable, like in jueteng

–

The present
is solitary

Mabagal
ang
napakabilis

–

Nang matapos
hindi binantayan

Kaya marahil muntik sa pagbomba
Mahirap hulaan parang sa huweteng

–

Nag-iisa
ang ngayon

Smiled
and woke up

Laced up all the undone
to set them free

Bare in the middle

As precious as a moment in time:
the brook

fleeting, teeming with fruits

Ngumiti
at nagising

Nagtirintas ng mga nabuksan
upang magpaalpas

Hubo't hubad sa gitna

Kasintamis ng saglit
ang lagaslas

maikli't hitik

Every moment
in this steep incline

–

Discover the sea that is groping, gropes
for the trail

and the entire landmark that has faded away

Insistent
Insistent and insistently return

to stagnation and then be prodded

Bawat saglit
sa tarik

–

Inabutan ang dagat na kakapa-kapa, kinakapa-
kapa ang landas

at pagas ang buong palatandaan

Paulit-ulit
paulit-ulit at paulit-ulit pabalik

sa paralisado at sinisiklot-siklot

f
oreign monarch

Desire
Desire

Desire
the

Beauty imbued by emotions

–

To always turn up at the end
Always at the end

though unseen

Disobeyed
and obeyed

A simile
devoid of its object

banyagang hari

Nais
Nais

Nais
ang

Kagandahang maraming damdamin

–

Dumarating lagi pagkatapos
Lagi pagkatapos

ngunit hindi nakita

Hindi sinunod
at sumunod

Isang tayutay
walang ukol sa hinihintay

now
sought out

by impulse
when looking out

When looking up, how deep

Destiny
entombed in oblivion

–

It is not enough
to die

ngayon
hinahanap

ng pitlag
tuwing dudungaw

Tuwing titingala, anung lalim

Tadhana
wala na pinaglilibingan

–

Hindi sapat na
mamatay

rip apart to make whole

Until it disintegrates from being scored
obliterated

shredded
allowed to fall off

forcibly distended

binibistay para makabuo

Hanggang magkauka-uka
mabura

mapilas
malagas

mahiklat

(1)
It was April that time
the incense-like stench of the air had intensified

(2)
Oh, song
rise

(3)
Dance

(4)
there is especially no
no self

(1)
Abril noon
higit nagparang insenso ang singaw

(2)
O, awit
umahon

(3)
Sumayaw

(4)
sadyang wala
walang ako

Teeming

Laden with greenery sighing all day long
is night in the salt mine of the hymn of brine

Curses!

–

Attend to what must be spent
by crying

–

There is no cloud here
where they are docked

Tigib

Hitik sa mga dahong maghapong bumubulong
ang gabi sa awiting asin

Mga sumpa!

–

Nagbabantay sa gugugulin
pag-iyak

–

Walang ulap hanggang dito
sa nangakadaong

There are those who are now open-eyed in the world

while they capture the primal picture
for confinement in cages

the hair gets longer

The body will be moved to exhaustion

Will sleep when authorized
Will dream of need

Sap and grain

–

while gulping
while swallowing

believing
deserving of punishment

May mga dumidilat ngayon sa daigdig

at bumibihag ng unang larawan
upang ipiit sa mga hawla

humahaba ang buhok

Ikikilos ang katawan hanggang mapagod

Matutulog kung iaatas
Mananaginip ng kailangan

Katas at butil

–

habang patungga-tungga
habang palagok-lagok

naniniwala
dapat parusahan

Like a dumping ground for what had come to pass

Bottles
Boxes

Arrayed are the ones lined up in a row
accoutrement for festivities

Parang tambakan sa mga nagdaan

Mga bote
Mga kahon

Nakatanghal ang hilera
ang pampista

To initiate

some will divulge things
some will yawn

some will write
their breathing

how to change fate

–

Along the trail
go astray

as desired

At the back
outside

below

Nothing ever is simply there

Pagsisimula

may magsasabog
may maghihikab

may magsusulat
ng hininga

paaano maiiba ang itinakda

–

Sa landas
lumalaboy

sapagkat ninais

Sa likod
sa labas

sa ilalim

Walang naroon lamang

A form embedded in concrete

materialized
and molted its skin

and fumbled
and became an object of desire

–

Exhume from the gap

An era
A cradle

Anyo sa loob ng kongkreto

ang dumating
at naghunos

at inapuhap
at inasam

–

Hinuhukay sa pagitan

Isang panahon
Isang kandungan

It's gone
It's gone

There!

There among the cold ones, the faded
Sullied, destined to be embraced

–

How will ferocity

blossom

propagate
in the womb

Wala na
Wala na

Hayun!

Hayun sa nagiginaw, kinukupasan
Marungis, nakatadhanang yakapin

–

Paano mamulaklak ang

dahas

nanganganak
sa sinapupunan

It is necessary
to slay

art

It is necessary

Kailangang
paslangin ang

sining

Kailangan

In the morning, the contingent
had a quick encounter

The sprightly vagabonds
look up again and again

grinning as they face forward
pointing, stumbling

glancing
while insisting on

red

–

Swollen are the ones who stared open mouthed

at what has fallen
on the sanctuary

Sa umaga, ang pangkat
saglit na magkaharap

Masisiglang palaboy
patingala-tingala

nangakangising paharap-harap
paturo-turo, patisod-tisod

pasulyap-sulyap
habang idinidiin

pula

–

Namamaga ang mga tumunganga

sa mga bumagsak
sa santuwaryo

And that noon, there was a sudden blast

The truly sacrosanct
exploded

until razed
and burned

–

It is imperative that it is once again made whole—the grass-
land
that now flowers

utterly flushed

At noong tanghali biglang dumagundong

Sumambulat
ang ganap sagrado

hanggang wasakin
at sunugin

–

Kailangang muling-buuin ang damuhang
namumulaklak ngayon

Mapupulang-mapupula

There is no mark

on everything that must be erased

Walang marka

sa bawat dapat burahin

Emerging
as if gasping for breath

from the one who waits
at the frontline

–

Those who love—they die

Lumalabas
mistulang humihingal

mula sa naghihintay
sa harap

–

Namamatay ang mga nagmamahal

It's true: even for a moment

Music
is strange

when glimpsed

–

encumbrance in material form
idly waits around

for a constrained break
slowly melting

slowly infusing totality
slowly shuffling toward substantiality

Averno is well deserved

Totoo, kahit pansamantala

Banyaga
ang musika

kapag nasulyapan

–

bigat na kinakatawan
nakatanghod at naghihintay

sa de-numerong pagitan
dahan-dahang natutunaw

dahan-dahan sa kabuuan
dahan-dahang tungo sa bigat

Nararapat lamang ang Averno

Snapshot

Faces
of hunger

Rainbow

in the smoke
in the splash

in the shade
elsewhere

Retrato

Mga mukhang
nagugutom

Bahaghari

sa mausok
sa tilamsik

sa lilim
sa kung saanman

there is a need to eradicate
knowledge

declare
the waning knowledge

kailangang paslangin ang
alam

sabihin
ang naglalahong alam

senility that's slowly
endured, savored

There may be none
but there's none

except for what cannot be found upon arrival
even after waiting

–

Will stop
at the beat

and perhaps
on the breast

there is embellishment

huklubang mabagal
danasin, lasapin

Baka wala
ngunit may wala

maliban sa hindi daratnan
kahit maghintay

–

Sa saliw
hihinto

at baka
sa dibdib

may palamuti

Created
to come into being

Stitched together

Become longer
like a procession

of horses

–

time

cycles
against life

Nililikha
upang maging nilikha

Pinagtagni-tagni

Humahaba
parang prusisyon

ng mga kabayo

–

ang panahon

nagbibisikleta
laban sa buhay

Above the surface
dive deep down

to try out

The vessel is just a ploy
–

the squandered bits for perfecting
the mystery

Sa ibabaw
sisirin

upang subukin

Arte lamang ang sisidlan
–

ang naaksaya para mabuo
ang masalimuot

intersperseed
producing friction

dancing or continuing
the splendid stumble

–

eyes that were
skewered

through the world

*the inevitability
of suicide*

magkasalit
nagpipingki

nagsasayaw o patuloy
sa maririkit na tapilok

–

tinuhog na
mga mata

sa mundo

*ang kailangan
magpatiwakal*

spineless

The immensity shrinks
Contraction and elongation are the same

The dilation narrows
To have given birth without anyone giving birth

Before becoming new

the newness
anew

walang buto

Lumiliit ang lumalaki
Iisa ang umiikli humahaba

Kumikitid ang lumalawak
Nanganak kahit walang nanganak

Bago maging bago

bago
sa muling bago

A form
Unadorned

Hunkered down in the shade
Wearing a straw hat

believed to be a corpse

–

There are those thoroughly
hidden in the labyrinth

Isang anyo
Payak

Nakatalungko sa lilim
Nakabalanggot

bangkay na diumano

–

May mga ipinakatago-
tago sa laberinto

For example
fashioned out to prompt

those left unearthed
undiscovered

unaccompanied

alone

–

What has been loved—sprouts

Halimbawa
hinubog upang ipaalala

para sa walang humuhukay
walang tumutuklas

isa lamang

isa

–

May mga sinusuplingan itong ibig

the fire

Wolfs down the
morning

and the void

No reticence
no forgiveness
–

Behold the one already laid bare
at the advent of extinction

ang apoy

Kinakain ang
umaga

at ang wala

Walang pangimi
walang patawad
–

Masdan ang lastag na
pagdating ng wala na

This rainy season

smallness is a strut
over the equally small

Ngayong tag-ulan

isang maliit, nakatirik
sa kasinliit

Acknowledgements

Many thanks to the editors of the following publications where early versions of these translated poems, often with their Filipino-language counterparts, first appeared:

Excerpts from *Antares* (Manila: Balangay Books, 2018)

Newfound: An Inquiry of Place vol. no. 9, April 2018 (USA): "Q," "Shortbus," "Starlet"
Newfound: An Inquiry of Place 5, January 2019 (USA): "Starlet"
Glasgow Review of Books, November 2018 (UK): "9 Songs," "Ai no korīda," "And They Call It Summer," "Antares," "Antichrist," "Batalla en el cielo," "Caligula," "Daisy Diamond," "Seul contre tous"

Excerpts from *Mal* (Manila: High Chair, 2011)

River River Literary Journal issue 3, Spring 2016 (USA)
The Adirondack Review, Fall 2015 (Black Lawrence Press, USA)
Waxwing Literary Journal, issue VIII, Spring 2016 (USA)

About the Author

Mesándel Virtusio Arguelles (b. October 1977) is the author of 20 books of and about poetry, most recently the bilingual edition *Walang Halong Biro* (De La Salle University Publishing House, 2018) with translations by Kristine Ong Muslim, a volume of selected poems, *Ang Iyong Buhay ay Laging Mabibigo* (Ateneo de Naga University Press, 2016), and a three-volume poetry series—*Talik* (2017), *Antares* (2018), and *Mujeres Publicas* (2019)—all from Balangay Books. Translations of his poems have appeared in *Asymptote, Samovar, Spoon River Poetry Review, The Silent Garden: A Journal of Esoteric Fabulism* (Canada: Undertow Publications, 2018), *Words Without Borders,* and elsewhere. His works and interests encompass books, conceptual writing, translation, film and video, installation, found objects, and text-based experimentation. His erasure projects continue to explore and expand on the concepts of, among others, time and memory, language and loss, identity and anonymity, and sex and intimacy. A recipient of multiple national awards—including the Don Carlos Palanca Memorial Awards for Literature and Maningning Miclat Poetry Award—and fellowships from the University of the Philippines National Writers' Workshop and the Bienvenido N. Santos Creative Writing Center National Workshop on Art and Cultural Criticism, Arguelles is a two-time finalist for the National Book Award. He works as a book editor and translator, and teaches literature and creative writing at the De La Salle University in Manila.

About the Translator

Kristine Ong Muslim (b. September 1980) is the author of nine books, including the short fiction collections *Age of Blight* (Unnamed Press, 2016), *Butterfly Dream* (Snuggly Books, 2016), and *The Drone Outside* (Eibonvale Press, 2017), as well as the poetry collections *Lifeboat* (University of Santo Tomas Publishing House, 2015), *Meditations of a Beast* (Cornerstone Press, 2016), and *Black Arcadia* (University of the Philippines Press, 2017). She is co-editor of two anthologies—the British =

Fantasy Award-winning *People of Colo(u)r Destroy Science Fiction* and *Sigwa: Climate Fiction Anthology from the Philippines*, an illustrated volume forthcoming from the Polytechnic University of the Philippines Press. Widely anthologized, her short stories have appeared in *Conjunctions, Dazed Digital, Tin House*, and *World Literature Today*. She grew up and continues to live in a rural town in southern Philippines.

ABOUT THE ILLUSTRATOR

Erika M. Carreon (b. September 1989) co-founded and co-edited *Plural Online Journal*. She has an MFA in Creative Writing from De La Salle University-Manila, where she taught with the Literature Department from 2010 to 2018. Her literary works have appeared in *High Chair, Kritika Kultura, Philippines Free Press*, and *Sigwa: Climate Fiction from the Philippines* (Polytechnic University of the Philippines Press, forthcoming 2020). She provided artwork for Adam David's zine, *The Nature of Beasts vol. 1*. With Neobie Gonzalez, Carreon launched the indie art page *Occult's Razor*, and under *Occult's Razor*, they produced their first project, *A Descending Order of Mortal Significance*, one of the best Filipino books of 2017 according to *CNN Philippines*. She is currently studying for a PhD in Creative Writing at the University of Melbourne.

ILATAG ANG IYONG LIGALIG

www.ingramcontent.com/pod-product-compliance
Lightning Source LLC
Chambersburg PA
CBHW071219090426
42736CB00014B/2899